Isa Sa Ilang Paraan

Mura, Matalas, Malawak

W. J. Manares

Ukiyoto Publishing

Dedication

Para sa aking mga Lolo na sina
WENSING (Wenceslao Flores Manares)
At ERNING (Ernesto Gallo Araneta, Sr.)

ISIP

Nagsimula ang lahat sa itaas. Sa itaas na bahagi. Sinipi mula sa lumulutang na kawalan.

ISIP

Lumulutang sa loob ng isang sisidlang buto. Sisidlang nananatili mula sa paglutang hanggang sa paglisan. Utak.

ISIP

Maparaan. Maalam. Matalino. Marunong. Wais.

ISIP

Bilangin ang kaparaanan. Bilang lang ang may alam. Iilan lang ang may dunong. Nabibilang ka ba sa kanila?

Contents

Pambungad Na Salita

Ako ngayo'y nag-iisip kung paano ko naisip ang mga kaisipan sa aking isipan. Minsa'y napapaisip ako kung dapat ba talagang isaisip ang mga iniisip ko.

Ang aklat kong ito na pinamagatang, ISA SA ILANG PARAAN, ay isa sa ilang paraan upang mabigyang-daan ang mga dumadaang daan-daang kaparaanan na padaan-daan sa aking ISIP.

Tandaan, isa lang ito sa ilang paraan, ikaw na ang bahalang mag-isip ng iba pa.

W. J. Manares

Unang Bahagi

Isipang Mura

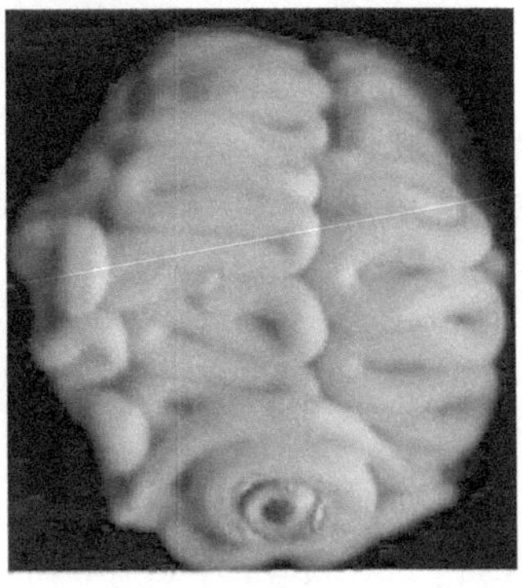

Nag-umpisa ang lahat sa simula, noong unang panahon. Panahon ni Kopong-kopong, ika nga. Panahon ng Hapon, noong mahalaga pa ang dapit-hapon at ang takip-silim ay kinasasabikan.

May maririnig na tinig ng nagmumurang-kamatis na nagmumura sa kaloob-looban mo sa tuwing maranasan mo ang pagmahal ng mga bilihin. Tandaan ang mga bilin, ang mga habilin, at ang mga huling habilin.

Noong mura pa ang bigas, karne, gulay, at gaas. Sa panahong ang mga bata ay nakakainom pa ng gatas. Mura pa ang lahat, hindi mahal. Nakatatak sa isipan ang pagmamahal na tagos sa puso at walang bahid ng pag-aalinlangan. Ngayon namang nandito na ang kasalukuyan, mapapamura ka na lang.

Magala

Umaagos ang maligamgam na tubig mula sa maliit na talon at bumabagsak ito sa bunbunan ni Adang. Naisipan niyang magbabad muna doon sa mababaw na bahagi ng ilog dahil napagod siya sa kakalakad.

Masukal na bahagi iyon ng kanilang baryo at nakakatakot kapag ikaw ay nag-iisa lang. Ayon sa mga lasenggo, may napansin daw doong nagpapakita na "uko" at may namataan pa raw doong "mangilaw" noong nakalipas na kabilugan ng buwan. Ngunit walang pakialaman si Adang sa panganib na nasa kanyang paligid. Masaya siyang lumanguy-langoy.

Pumipikit-pikit talaga ang kanyang mga mata, pinapakiramdaman niya ang mainit-init na tubig na bumabasa sa buo niyang katawan. Paroo't parito siya roon sa maliit na talon.

Sobra ang pagkagulat ni Adang nang kumati ang kanyang batok pababa sa kanyang puwetan. Kinamot niya ito ng kinamot at natataranta siya. Umahon si Adang at tumungtong sa ibabaw ng malaking bato.

Nais niya sanang tingnan ang kanyang likuran ngunit hindi niya ito makita. Kaya nga, ipinagpatuloy na lang niya ang pagkakamot.

Magang-maga ang kanyang batok at namumula talaga ang likuran ni Adang. Magang-maga talaga ang pinakapuno ng kanyang tainga. Parang iiyak siya sa sobrang kati at hindi na niya napansin na hindi na nakatapak ng maayos ang kanyang mga paa doon sa kanyang kinatatayuan. At bigla na lamang nalaglag si Adang sa ilog.

Muntikan na siyang malunod, mabuti na lamang at naitukod niya kaagad ang isa niyang paa at nakahawak siya kaagad doon sa kawayang inaanod ng tubig. Wala pa naman siyang kasama. At doon lamang kinabahan si Adang.

Nadagdagan pa lalo ang pagkabog ng kanyang dibdib nang maalala niya na hindi pala siya nakapagpaalam sa kanyang Nanay.

Si Aling Lanie, mabait at masipag na Nanay ni Adang. Kanina pa paikot-ikot sa kanilang baryo. Walang tigil sa paghahanap sa kanyang anak. "Saan na naman kaya gumala 'yun?" Tanong niya sa kanyang sarili.

Tanghaling tapat na at nakapagsandok na si Ate Duday, ang kapatid ni Adang. Masarap pa naman ang kanilang ulam. Inihaw na bangus.

"Kamusta po Ma, nakita n'yo na ba ang mabait n'yong anak?" Pabirong tanong ni Duday sa kanyang Nanay. "Hindi pa nga, eh," sagot ni Aling Lanie. "Ewan ko ba kung saan na naman 'yon napunta?" dagdag pa niya.

"Paano pala 'to Ma, nagugutom na ako, eh," reklamo ni Duday. "Mauna na lang tayong mananghalian..." pakiusap niya kay Aling Lanie.

"Mauna ka na muna," sagot ng kanyang Nanay. "Wala akong gana."

At kumain na nga si Duday. Mabilis ang bawat subo niya ng kanin at tuloy-tuloy naman ang pagkain niya ng inihaw na bangus.

"Bagal-bagalan mo naman, Day, baka mabulunan ka!" Pagsaway ni Aling Lanie. "Tirahan mo ng ulam ang kapatid mo..."

"Naman, Ma," sagot ni Duday habang puno ang bibig. "Titirahan ko po ang mabait n'yong anak!" Dagdag pa niya.

Habang doon naman sa ilog. Heto na naman si Adang. Sisid dito, sisid doon. Nagpaanud-anod pa. Lubog-litaw.

Wala siyang pakialam sa kanyang paligid. Hindi niya pinansin ang pag-iba ng panahon.

Dumilim ang paligid, mabigat ang langit. Umuulan na sa "Ilaya". Maya-maya'y babaha. Ngunit si Adang, tuloy pa rin sa pagligo.

Kumulog. Kumidlat. Dedma lang kay Adang. Ngunit bigla na lamang, siya ay napatigil...

May mabigat sa kanyang ulo. Ano kaya 'yun?

Ito ay kanyang kinapa at talagang nagulat siya sa kanyang nahawakan.

Medyo malambot... Magaspang-gaspang... Napasisid siya bigla upang malinisan ang kanyang ulo. Paglitaw niya mula sa tubig ay makikita ang kanyang pagsimangot. At doon lamang naalala ni Adang na oras na para umahon.

Naupo siya roon sa malaking bato at inamoy-amoy ang kaliwa niyang kamay. Masakit sa ilong. Amoy-kaning baboy. Masyadong mabaho. Napakarumi.

Kahit ganoon ang nangyari ay masuwerte pa rin si Adang. Sapagka't ilang segundo na lamang pala at darating na ang baha.

Hindi nagtagal, nakita ni Adang ang ulo ng baha na paparating. May dala itong mga malalaking troso, mga inaanod na yero, mga patay na hayop, at mga basura.

Sobra-sobra ang pasasalamat ni Adang. Tumitibok-tibok talaga ang kanyang dibdib. Sa mismong oras na iyon, nangako siya sa kanyang sarili na hindi na siya maliligo ulit na walang kasama.

"Adang... Adang..." Maririnig ang mga boses mula sa di-kalayuan. "Adang... Adang... Nasaan ka?" Mga boses na puno ng pag-aalala.

Makikita si Kapitan Turing, ang masipag na opisyal ng kanilang baryo, kasama sina Aling Lanie at Mang Randy, ang Tatay ni Adang.

"Ma, Pa, nandito po ako!" Mabilis ang mga hakbang ni Adang patungo sa mga naghahanap sa kanya. Wala ring tigil ang kanyang paghagulgol.

"Ma, Pa, sorry po talaga..." Malungkot na usal ni Adang.

At umuwi sila sa kanilang bahay.

Matakaw

Patuloy lang sa pagpangos ng tubo ang batang si Kean. Masayang-masaya siya habang nakaupo sa gilid ng pader ng "central".

Natatanaw ang labasan ng usok na bumubuga ng makapal. Maaamoy ang manamis-namis na ihip ng hangin sa Brgy. Torres. Ang lugar kung saan kilalang-kilala si Kean.

Si Kean ay isang batang hindi nananatili sa loob ng bahay kahit na pinagbabawalan siya palagi ng kanyang Lola. Masyadong pasaway.

Isang araw, matatanaw ang makapal na alikabok na paparating. May "trucking" na dadaan. Tiyak na puno na naman ito ng matamis na tubo. Ihahatid ito sa "central" upang gawing asukal.

Andyan na si Kean, naghihintay sa gilid ng kalsada. Mabagal ang takbo ng "trucking" sapagkat napakabigat ng kanyang dala. May mga ilang bata rin na naghihintay. Pipilitin nilang mahila ang mga tubo mula sa likuran ng sasakyan. Masaya silang umaasam na muling matikman ang sariwa at pamatid-uhaw na tamis. Dakong ika-tatlo iyon ng hapon.

Wala ng nanay at tatay si Kean. Namatay ang kanyang nanay sa panganganak sa kanya dahil naubusan ito ng dugo. Matagal na ring pumanaw ang kanyang ama. Napagkamalang "drug addict" dahil puno ito ng "tattoo". Nabaril ng hindi pa nakikilalang mga salarin. Sabi ng kanilang mga kapitbahay, mga pulis daw. Ngunit hindi naman sila sigurado.

Masyadong malungkot ang buhay ni Kean ngunit sa likod ng lahat ng mga pasakit, may nagmamahal sa kanya ng sobra-sobra. Siya si Aling Bukay, ang mabait niyang Lola.

Mahaba talaga ang pasensya ni Aling Bukay kay Kean, sapagkat lubos niyang nauunawaan ang kalagayan ng bata. Ngunit hindi talaga maiwasang hindi niya sawayin si Kean dahil sumusobra na rin ito kung minsan.

"Kean... Kean..." Pagtawag ni Aling Bukay. "Nasaan ka?" Dumudungaw-dungaw pa siya sa bintana, hinahanap ang kanyang pinakamamahal na apo. "Saan na naman kaya iyon napunta?" Mahina niyang sabi habang bumababa ng hagdan.

Pagdating ni Aling Bukay sa labasan, napansin niyang nagkakagulo ang mga tao. At bigla na lamang, kumabog ang kanyang dibdib. Si Kean kaagad ang pumasok sa kanyang isipan.

Mabilis na inalam ni Aling Bukay kung ano ang nangyari. At hindi nagtagal, nakarinig siya ng mga pag-iyak, mga masasakit na hiyawan.

May "trucking" pala na bumaliktad doon sa kanto. May mga natumbahan. Karamihan ay mga bata.

"O, Diyos ko!" Humagulgol si Aling Bukay. "Kean ko..." Napasigaw niya.

Masyadong kinabahan ang Lola ni Kean, naguluhan talaga siya. Parang mababaliw si Aling Bukay, mabuti na lamang at hindi siya nawalan ng malay. Tumutulo ang kanyang luha habang tumatakbo patungo sa kanto kung saan makikita pa rin ang nakatumbang sasakyan. Nagkalat ang mga tubo, hindi malaman kung may natabunan pang mga biktima. Umaagos ang dugo, tiyak na maraming namatay.

"Kean... Kean..." Patuloy sa pag-iyak si Aling Bukay.

"Ale," may rescuer na lumapit sa kanya, "pakiusap po sana, tumabi na lang po muna kayo upang mabilis nating mailigtas ang mga posibleng natabunan," patuloy nito.

"Si Kean ko... Iligtas ninyo naman..." Pagmamakaawa ni Aling Bukay. "Opo Ale, gagawin po talaga namin ang lahat upang mailigtas sila," sagot ng rescuer. Inalalayan niya ang matanda patungo sa tabing-daan.

Makapal ang usok mula sa makina ng "trucking" na natumba at nadagdagan pa ito ng alikabok na bumabalot sa paligid, pati na rin ng usok na nagmumula sa labasan ng usok sa "central".

Ilang saglit pa'y, may boses na narinig si Aling Bukay mula sa malayo. "La! La!" Laking gulat ni Aling Bukay at nanindig talaga ang mga balahibo sa kanyang mga braso sapagkat ang boses na kanyang narinig...

Boses ng kanyang apo.

"Kean, Kean, saan ka nanggaling?" Tanong ng kanyang Lola. "Sa tubuhan po, La," sagot ng bata, "nagbawas lang naman po ako, ah, naipaiyak na po kayo kaagad!?" Ang tila-walang-nangyaring sabi ni Kean.

Ikalawang Bahagi

Isipang Matalas

*S*a kalagitnaan ng kaluwalhatian, kahati ng pagdadalamhati ang kasiyahan. Isang balaraw na balang araw ay tatama raw. Isang tamaraw na matalas ang sungay. Sanay sa sikat ng araw at hindi sumusuway.

Talasan ang paningin upang mapansin ang isang palaso na nakaumang sa matayog na palasyo, kung saan ang mga payaso ay nakangiting tila mga aso na may matalim na ngipin.

Kung may mas matalas pa sa sandata ni Lapu-lapu at kung may mas nakakasugat pa kaysa sa pinatulis na ugat ng punong-kahoy na puno ng panaghoy. Ugaliing mag-ingat sa bawat pagmulat. Isaisip ang lahat.

Inalok

Tuwing month ng November, malamig ang panahon.

Napapadalas ang punta ni Cherry sa Coffee Shop na malapit sa bahay nila.

November 14, may promo ang Cuppy Coffee Cafe.

Kailangang bumili ng 6 cups ng coffee para magkaroon ng libreng Journal Notebook.

Sobrang love ni Cherry ang pag-inom ng kape araw-araw. Isang cup na lang at makukuha na niya ang freebie.

Kaya lang kulang ang pera niya sa wallet. 300 pa naman ang White Coffee Special.

Sakto namang sa likuran niya'y may lalaking magbabayad at tinanong siya nito kung ano'ng problema.

Napapayag ni Cherry ang lalaki na ilibre siya at willing naman siyang bumawi bukas o sa makalawa. Sa wakas, may Journal Notebook na siya!

Nakilala ni Cherry ang lalaki. Siya si Alfonso, medyo baduy kaya Alfie na lang.

Kinabukasan, tadhana na ang naglapit sa kanila.

Nagkita ulit sila at bumawi si Cherry. Nilibre niya si Alfie ng Black Alamid kaso ayaw nitong magkape.

Gusto ni Alfie na samahan siya nitong pumunta sa Book Shop.

Pumayag naman si Cherry, upang makabawi.

Nag-enjoy sila sa Brook Books, andam kasing Cheap Buys.

Habang tumatagal ang pag-iikot nila ay hindi nila namalayang magkahawak na pala ang kanilang mga kamay hanggang sa makita ni Alfie ang Fantasy Novel na gusto niyang bilhin.

Kusa na lamang bumitaw ang mga kamay nila nang papunta na sila sa cashier upang magbayad.

Si Cherry ang nag-abot ng cash habang pabulong na sinabi kay Alfie na ito ay para sa kaniyang utang.

Dahil sa marami pang oras, pumunta naman sila sa Universe of Fun, isang sikat na Games & Amusement Facility na katabi lang ng Brook Books.

Nag-basketball si Alfie at nakipagdeal siya kay Cherry na ang kapalit ng bawat shoot ay pagpayag na manligaw siya.

Sunod sunod ang mga points ni Alfie.

Swasok na swasok sa ring ang "bolang pampa-inlab" kaya't walang nagawa si Cherry sa kagustuhan niya.

Then after that "kiligable" event, hinatid niya si Cherry sa bahay nila.

A little fast forward.

Halos kalahati ng November na araw-araw silang nakikitang magkasama, hindi lang para magkape sa Cuppy Coffee Cafe kundi para na rin ipabatid sa buong mundo ang kanilang nabubuong relasyon.

Moving backwards.

Masalimuot ang pangyayari sa buhay ni Alfie na naaalala niya tuwing November. Yumao kasi ang GF niyang book lover. Nalunod ito sa matinding baha sa kasagsagan ng Tag-ulan habang binabagtas nila ang kahabaan ng Hiway sa tapat ng Brook Books.

Simula noon, kape na ang naging pampalipas oras niya.

Returning to the present, in their respective homes.

Etong si Cherry ay may sikretong tinatago, she is a total virgin!

Ayaw niya sanang magpaligaw kaso wala siyang nagawa sa mapanuksong boses ni Alfie.

11pm na pero gising pa rin siya, nagtataka pa rin sa naganap na tagpo kahapon at kanina.

Naisip niya ang isang problema, strict ang kaniyang parents, as usual.

Gusto kasi ng Mom at Dad niya na makapagtapos siya ng pag-aaral. Dentistry.

Lumulutang ang utak ni Cherry dahil sa kakaisip kay Alfie, hindi naman gwapo, pero malakas ang dating. First love ba ito or infatuation lang? Bumabalot sa kaibuturan ng pagkatao niya ang kakaibang damdamin.

Sure ba talaga siya na magpapaligaw?

Wow, for the past few years, nasampal niya ang classmate niya sa Grade 8 dahil narinig niyang crush daw siya nito. At ngayon, may manliligaw?!

Grade 10 na siya, pero pihikan.

At isa pa, si Alfie ay working na. Almost 11 years ang gap nila.

Samantala, sa kwarto ni Alfie, maingay ang tugtugan. Naka-full volume ang music mula sa rechargeable speaker niya, panay Dance Metal.

"Alfie, pakihinaan nga! Natutulog si bunso, eh," sigaw ng Ate niya mula sa kabilang room.

"Ay, sorry po ate, hihinaan na po," sagot niya.

"Mukhang may in-love sa kabilang room ah," dagdag ng ate niya.

Gumuhit ang ngiti sa mga labi ni Alfie, sabay labas ng magkabilang dimples.

Tumingkad ang kulay ng mga mata nito, at biglang napasinghap.

At bumulusok mula sa kawalan ang alaala ni Cherry. The girl of his dream na ba siya o panakip butas lang?

Hindi niya masyado maaninag sa kanyang isipan, si Cherry ba ito o si Bella, his Ex.

Mahirap makalimutan ang taong hindi nakapagpaalam.

Ngunit sa likod ng lahat, unti-unti na talagang nakakalimot si Alfie.

Bulaklak, tsokolate at panay ang libre niya ng kape kay Cherry.

Until one day. November 30.

Nagkasakit si Cherry kaya di siya nakapunta sa kapehan.

Si Alfie ay naghihintay sa kaniya, mga tatlong oras na yata. Wala namang message. Wala rin siyang imik.

Hanggang dumating na ang pagwawakas ng isang araw. Magsasarado na naman ang Cuppy Coffee Cafe.

Lumipas ang isang oras, pinipilit na siya ng waiter na umalis, lumabas, at maghanap ng bagong mapuwestuhan dahil uwian na.

Tumayo na rin siya sa pagkakaupo at lumayas sa dakong iyon. Sumakay sa nakaparada niyang motorsiklo, pinandar ng biglaan, at paharurot itong pinatakbo sa may kadilimang kalsada.

At bigla siyang may nakasalubong na umaarangkadang truck at sumalpok si Alfie. Nagulungan pa ang ulo niya at minalas ito kahit naka-helmet. Hit and run.

Kinabukasan, magaling na si Cherry kaya't pumunta siya kaagad sa kapehan kahit madaling araw pa lang. 5am naman kasi ang bukas nito.

Naka-pajama pa siya.

Namiss niya kasing mag-White Coffee Special, at syempre upang makasama ang manliligaw.

Dahil masyado pang maaga, naisipan niyang mag-take out na lang muna.

Sa paglabas niya ng kapehan, may konting pagtataka sa kanyang katinuan kung bakit nagkukumpulan ang mga tao lalo na ang mga tsismosa sa 'di kalayuan.

Maaaninag na may nakahandusay sa Hi-way.

Si Alfonso na pala iyon. At siya ay patay na.

Napahagulgol na lamang si Cherry habang tumatakbo patungo kay Alfie. Nagpulasan ang mga by-stander.

Ang tanging nabanggit ni Cherry ay "This coffee was the biggest regret in my life!"

At hindi namalayan ni Cherry ang pagkabuhos ng Black Alamid na dala-dala niya.

Hanggang ngayon ay hindi pa siya bumabalik sa kapehan upang magreklamo sa nag-serve ng kapeng Black Alamid imbes na White Coffee Special. Inari na lamang ni Cherry na isa iyong palatandaan.

Maaaring nakalimot na rin siya sa masakit na alaala, ngunit mas masakit ang paso ng Black Alamid.

Kung White Coffee Special kaya?

Ibinigay

Malapit na namang magwakas ang isang pahina ng planner.

December 15 na, hudyat ng Simbang Gabi, nangangamoy ang bibingka sa mga kanto't eskinita.

Ang pinaka-aktibong youth sa simbahan ay si Patricia, 15, kaka-birthday niya lang noong isang Linggo.

Masayahin at mahilig sa *K-Pop*, may kunting alam sa paghahardin, ngunit ang pinaka-"the best" sa kanya ay ang pagiging isang book lover.

Maaga siyang natulog upang magising ng nauna sa oras.

2 A.M., December 16, naalimpungatan ang dalaga dahil sa *Osmium*. Bigla itong tumayo sa pagkakahiga, dumiretso sa banyo para ayusin ang buhaghag na buhok.

Dumako sa kusina at nagpakulo ng tubig, napakalamig naman kasi ng dampi ng kapaskuhan, hindi kayang pagtiisan ng kahit sinuman.

Habang naghihintay sa pagkulo ng pambanto, isinalang ni Patricia ang paborito niyang pancit canton. Sweet and spicy.

Nangalahati na siya sa paglantak sa almusal bago niya maalala ang pambanto. Hindi na niya itinuloy ang pagsubo. Binitbit ang takure patungong banyo at inihalo sa tubig na gayelo sa lamig.

Naghubad ng pajama at puting T-shirt, sumalok ng maligamgam na tubig at ibinuhos sa naghihintay na balat.

Naaamoy sa labas ng pintuan ang halimuyak ng excited na dalaga. Ilang oras na lang kasi at nasa church na siya, muling makikita ang sakristan na si Jessie.

Si Jessie ay kababata niya at December din ang birthday. Actually, Jesus talaga ang pangalan nito.

Pinabango ni Patricia ang buong katawan, dyahe naman kung amoy-mapa, 'di ba?

Paglabas niya sa banyo'y muling umakyat sa silid upang gumayak. Floral skirt with matching pink panties then nag-strapless bra behind her beautiful white blouse. Her long hair gives an amazing touch of wonder to anyone that gazes into her.

Nagmamadaling magsuot ng hikaw na butterfly design. Halos magkandabutas pa nga ang stockings niya sa madaliang pagpasok ng makikinis na mga paa. Sapatos niyang pamporma ay halos mapunit sa pag-aapura. And finally, Patricia is ready to be blessed and to be a blessing to her fellow devotees.

Naglakad sa makislap na kalsadang tinatamaan ng mga makukulay na ilaw mula sa mga tahanan hanggang sa marating niya ang San Pedro Cathedral na ngayo'y napupuno ng usok mula sa mga kandila at nangangamoy bulaklak mula sa mga church-goer na nandoong may tangan.

Tumayo muna siya sa labas ng pintuan, huminga ng malalim at akmang papasok...

"Good morning, Patricia!" Biglang may bumati mula sa kanyang likuran kung kaya't natigil ang kanyang pagtuloy. Lumingon siya at nagulat ng bahagya.

"Kayo po pala, Father Bernard," sagot ni Patricia, "Good morning din po," dagdag pa niya.

Si Father Bernard Masangkay ay ang bagong assign na pari sa kanilang bayan. Matipuno, may kabanalan, maamo ang mga mata na tila ngumingiti, malambing, El Padre Guapito in short.

"Nakita niyo po ba si Jessie, Father?," mahiyain niyang tanong sa pari.

"Hindi pa, Iha eh, baka papunta pa lang 'yun," sagot naman ni Father Bernard, "alam mo naman ang mga lalaki," dagdag pa niya, "mahirap magising ng maaga," pabiro niyang sabi. "Teka muna, Iha huh, at puntahan ko lang sa likod ang mga sister, antay-antay ka lang saglit, parating na 'yang mabait kong sakristan," may lambing niyang pangwakas.

"Sige po, Father, salamat po!," mahinang tugon ni Patricia sa papalayong pari.

Pumasok na rin si Patricia dahil nakakaramdam na ito ng lamig, naupo at hinintay si Jessie.

Maya-maya pa'y may dumating, maputi, singkit, artistahin ang dating, si Jesus Marte, sakristan ng San Pedro Cathedral.

Dire-diretso ito sa altar, parang walang nakitang tao sa paligid. Hindi na rin umimik ang dalaga. Kung sa bagay, misa naman talaga ang punta niya ngayon.

May kirot man sa dibdib ngunit wala siyang magawa.

Natapos ang unang Misa de Gallo na hindi man lang siya nginitian ni Jessie. Matamlay siyang naglakad pauwi sa kanila, tila napaparam ang mga ilaw sa paligid, mukha yatang nalalagas ang mga palamuting kulay rosas, unti-unting nangingitim sa bawat hakbang ni Patricia.

Walang ganang pumasok sa bahay, pinilit na tumuloy sa kwarto at dumapa sa kama na 'di man lang nakapagbihis. Naka-idlip siya sa kalungkutang tinatamasa ng kanyang puso't isipan.

Bakit ba ganito? Hindi naman sila? Bakit ganito na lamang ang pait na kanyang nadarama?

Sa pagpikit ng maririkit na mga mata ni Patricia ay masisilayan ang pagtulo ng gapatak na luha sa kanyang unan.

Until December 23, dalawang araw bago ang huling misa, nagkaroon ng pakulo si Father Bernard sampu ng mga sister, magkakaroon ng exchanging of gifts sa susunod na misa (Dec. 24 ng madaling araw).

Monita y monito-style kaya't nagpalabunutan ng magiging kapalitan ng regalo. "Mistletoe" ang codename ni Patricia. Nabunot niya ang may codename na "Frosty".

December 23 ng hapon, napag-alaman ni Patricia mula sa mga kababata niyang kasali sa church choir na si Jessie pala si Frosty. Napangiti siya ng bahagya, may gumuhit na kuryente sa kanyang katawan, pinagpawisan ng malagkit, at hindi mapakali.

Nagmadali siyang namili ng regalo. Alarm Clock.

Magdamag siyang masigla, naghanda ng sarili para sa muling pagpunta sa San Pedro Cathedral.

December 24, dumating ng maaga sa simbahan si Patricia. Nakablack dress, emo mode.

Magandang-maganda siya, makinis na makinis, at mabangong-mabango!

Pagkatapos ng misa, nagsimula na ang Monito y Monita, at nagkaalaman na, ang nabunot pala ni Jessie ay si Mistletoe, kung kaya't silang dalawa ni Patricia ang magpapalitan ng regalo.

Halos mawalan ng malay si Patricia sa pangyayaring iyon. Whatta kiligable moment indeed!

Nang iaabot na nila sa isa't isa ang regalo, biglang nagkalindol. Magtitude 7.

"Lindol, iligtas ninyo ang bawat isa!" sigaw ni Father Bernard.

Niyakap ni Jessie si Patricia at itinago sa kanyang makisig na braso, amoy na amoy ni Patricia ang matapang na pabango sa dibdib ni Jessie, dinig na dinig niya ang tibok ng puso nito.

Paunti-unting nawawala ang kaba ni Patricia ngunit bigla siyang binitawan ni Jessie.

Napansin kasi ni Jessie na nabaklas ang manok mula sa imahe ni Saint Peter at malalaglag ito sa kinalalagyan ni Father Bernard.

Tinakbo ito ni Jessie upang hindi mabasag ang bungo ng pari ngunit sa kasawiang palad ay siya ang tinamaan ng mismong manok ni Saint Peter.

Wasak ang gwapong mukha ng sakristan. Kitang-kita ni Patricia ang pagtagos ng pinakatuka ng manok sa kanang mata ni Jessie. Sabay tumumba sa kanya ang rebulto ni Saint Peter.

Nagkandadurog ang mga buto ni Jessie, maririnig mula sa kinasasadlakan ni Patricia ang paglagatok ng pagkabasag. Tanaw niya ang pagbagsak ni Saint Peter sa katawan ng sakristan.

Walang tinig na lumabas sa bunganga ni Patricia, tila panaginip lang ang lahat. Sumisigaw siya ngunit hangin lamang.

Gumapang siya papalapit sa katawan ni Jessie. May pagsisising hinawakan ang nakalabas nitong kaliwang kamay kung saan nandun pa ang regalong hawak-hawak para sa isang codenamed Mistletoe.

Bumulwak ang napakaraming dugo mula sa bungo ni Jessie, kasama utak. Tiyak na patay ito.

Doon pa lamang napahagulgol si Patricia.

"Oh hu hu hu, Jessie, myself is my gift for you!," ang nanginginig niyang sigaw. At dumilim ang buong paligid.

***

Limang taon na ang lumipas pagkatapos ng kagimbal-gimbal na trahedya sa bayan ng San Pedro. December 16 na naman, marami-rami na ring planner ang natapos. Napalitan na rin at inilipat si Father Bernard dahil sa kaso ng panggagahasa sa isang choir member ng simbahan.

May bigla na lamang nagising sa pagtunog ang alarm clock kahit hindi na *Osmium*.

"Good morning, Sister Theresa!"

"Good morning din, Sister Patricia!"

"Tara na at maghanda, magsisimula na ang Simbang Gabi!"

Ipinadala

"Punuan na naman ang mall," ani Aira sa sarili habang namimili ng bagong damit.

Hirap na hirap siya sa kakasiksik sa maliit na pwesto sa gitna ng Mall of the Pacific, isa sa pinakabago at pinakamalaking mall sa Metro Cebu, malapit sa paliparan.

Umattend kasi siya sa family reunion nila, mother side. 3 p.m. pa naman yung flight niya going back to Manila kaya she had a lot of time to spend in shopping.

Datung ba kamo? No problem, she got her own credit card kahit na 16 pa lang siya. Her father was a busy business man and her mother was a well-known pediatrician based in Taguig.

Sa sobra nilang abala sa mga work nila, si Aira na kanilang unica hija na lamang ang nakadalo sa nasabing reunion. Sanay naman na siya. Ngunit deep inside her heart she is bursting in hatred. Their presence is what she really desires!

Anyway, malaman naman ang bulsa ng parents niya so palaging "bili dito, bili doon" mode si Aira. Eto ang tanging paraan para makalimot, makaunawa, at makapagpatawad.

Habang namimili siya sa denim section. May isang matangkad na lalaking nakabuntot sa kaniya, kanina niya pa kasi itong napapansin. Whatta stalker!

Hindi mapakali ang ating pretty girl at baka may masamang balak si boylet. Rapist, molester, pickpocket, psycho, child abuser, drug addict - ilan lamang ang mga ito sa mga katangiang pumapasok sa utak niya.

Just to be sure, she prepared herself baka may sudden attack na mangyari. But still she pretended to be walang pake and just doing her stuff.

Maya-maya pa, biglang may kumalabit sa maselan niyang balikat. Kabado, dibdib ay kumakalabog. Ngunit nilingon niya pa rin ito at bumulaga sa kaniyang mga mata ang pinaka-yummilicious na lalaki sa buong sansinukob. Kilig to the pubes talaga!

Napanganga siya at natulala. Aira thinks she's falling. Hanggang sa nagsalita na nga ang poging stalker:

"Hi miss, credit card nimo nahulog! ...ah, kanimo ni miss?" maragsang bigkas ni Mr. Bisaya. "Aira Uy, right?" dagdag pa niya.

"Yes, I'm Aira Uy, and I appreciate your good deed," may kasungitang sagot ni Aira.

"Anyway, thanks and bye!" mataray na sambit ni Aira sabay hablot sa credit card niya na nasa kamay ni Mr. Bisaya.

"Wait, I'm Kevin, bisaya man ka miss?" biglang usal ni Mr. Bisaya. "Dili noh, ay este, HINDI NOH, I'm from

Manila, FOR YOUR INFORMATION!" Lalong tumaray si Ms. Bisaya, este, si Aira pala.

Mahigpit ang pagkahawak ni Mr. Bisaya (Kevin na siya from now on) sa credit card kaya hindi ito nakuha ni Aira. Kaya nga, napilitan siyang i-entertain si Kevin.

"Nice to meet you, Kevin, salamat ulit at napulot mo ang credit card ko."

"Walang anuman po, tagalog yan huh...," patawa ni Kevin. "Next time, please be careful!" payo pa niya.

"Opo, Sir," may konting inis na tugon ni Aira.

Nanggigigil si Aira sa lalaki dahil sa mga style nito. Nakakainis ang mga ganitong uri ng guy. Papansin at medyo mahangin. Parang gusto na nga siyang sakalin ng mataray na si Aira.

Ngunit dahil sa makulit si Kevin, at palasagot naman itong si Aira, nagkamabutihan sila sa puntong iyon.

Sa tagal ng kanilang salpukan sa pagpapalitan ng mga pangungusap, hindi namalayan ni Aira ang oras, lunch time na pala.

"Sorry for my interruption, Air," mahinang sabi ni Kevin. "Hindi ka tuloy masyadong nag-enjoy sa shopping mo." dagdag pa niya. "It's okay lang Kev, at least nakatipid ako..." nakangiti niyang sagot.

"At para lalo kang makatipid, sagot ko na ang pananghalian natin!" Alok ni Kevin na tinanggap naman ni Aira.

Matapos nilang kumain, hinatid ni Kevin si Aira sa airport. Kinilig na naman siya sa mga pasimpleng style ni Mr. Bisaya. Syempre, pakipot mode naman si pretty babe.

Kapwa may guhit ng kaligayahan ang mga labi nila. Kapwa may guhit ng kiliti ang bawat puson.

Ngunit bitin. Bitin na bitin. 1 p.m. na kasi. Oras na ng pag-check-in ni Aira.

Malungkot man but he need to admit that it's just a friendly date and maybe it's only a coincidence. An affair by chance.

Aira felt the same way. What an instant jackpot if naging sila. Pero hindi maaaring mangyari sa mabilisang paraan. Tanggap niya naman ito. Maybe she need to focus on her belongings now, baka mamaya ay may mahulog na naman, and the worst, baka may maiwan pa.

Hindi man siya nakabili ng denim pants, sulit naman ang naging Cebu experience niya.

While she is resting her eyes on her seat and the plane is on flight, a playback is occuring on her mind. Kevin is so gwapo, so sweet and cute, with good breeding and a perfectly perfect boyfriend for a pretty babe like her. And at that very moment, Aira realized that she missed almost 3/4 of her life.

After a bumpy ride, she finally landed. The short memory of Mr. Bisaya passed and left her mind.

Hoping that it will be permanent. Amnesia is a key, just in case na bumalik.

But her heart beats fast, "wish you were here" was the drum-like sound coming out of her inner feminity.

She entered her room with a sad aura. Aira felt a sudden urge. She is missing Kevin.

Bigla na lang, a ringtone was heard from her jean's back pocket. It was her smartphone. Dali-dali niya itong kinapa sabay finger scan.

It was a text message from an unknown number!

Is this from Cebu? From a relative? Or from someone else? O baka naman from her classmate na mahilig sa otap at naghihintay ng pasalubong? Baka naman gumamit ng other phone yung Mommy niya o di kaya yung Dad niya? IS THIS FROM KEVIN ALUNAN?

She felt the pulsation of her heart, Aira almost jumped out of her skin...

OMG! This text message was from Mr. Bisaya, the kiligable KEVIN ALUNAN!

Puno ng tuwa't galak ang buong pagkatao ni Aira. Dama niya ang kuryente ng pag-ibig!

But when she opened the message, there was no single word...

***

Mactan Bridge. Isang freak accident ang nangyari. Sampung kotse ang nalaglag sa tubig dahil sa biglang pag-crack at pagkaputol ng tulay.

Kevin's *Chev* was one of them.

Kevin was drowning as the water entered his automobile. But luckily, nakuha niya pa ring mag-send ng blank text message sa unang pangalan sa kaniyang contact list:

AIRA

+639491432750

Inabot

Si Art ay isang simpleng binata na mahilig sa himala at suwerte sa buhay. Mga pangarap ay maaaring matupad kahit hindi mo paghirapan, sa isang iglap ang buhay ay sasarap, ika nga.

Marami-rami na rin ang naipon niyang bote't bakal, magkakapera na siya sa wakas. He could buy that stuffed toy and fancy roses for Beth, his ultimate dream girl.

Si Beth ay kaisa-isang anak ng banker na si Mrs. Dina Macavinta. Magarbo ang lifestyle at mahilig sa *K-Dramas*. Puno ng samu't saring *K-Pop* merchs ang room niya. Ngunit higit sa lahat, she's a teddy bear collector.

Maagang naulila sa ama dahil illegal ang gawain nito. Isa kasi itong druglord noong ipinagbubuntis pa lang si Beth. Sa 1st Birthday Party niya natukhang ang ama, nanlaban kaya't napuruhan.

Simula noon, itinuring si Beth na malas sa pamilya. Napilitan silang umuwi sa lugar ng mom niya upang dito maka-recover at mamuhay ng tahimik, for good.

Ngunit dahil sa hindi naniniwala sa superstitions si Dina, nagpursige siya at naging milyonarya. Sa madaling salita, hindi rin naniniwala rito pati si Beth.

Bethany Co Macavinta. Bethany. Laman ng utak ni Art or Mr. Arturo S. Bacuyan, Jr.

Dinala ni Art ang mga basurang naipon niya mula sa pangangalakal, at ibinenta doon sa junk shop.

155 pesos lahat. Yes, makakabili na si pogi ng maliit na *Panpan.* Hindi na bale yung plastic na bulaklak. Mamimitas na lang siya sa garden ng elementary school na katabi ng kanilang barung-barong, at least, fresh yun at totoo.

Lunes, February 17, 10 a.m., nagkasalubong si Art at Beth sa lobby ng San Narciso College kung saan sila kapwa nag-aaral. Tinangkang iabot ni Art kay Beth ang kaniyang surpresa. Bihirang mamansin itong chickababes ngunit nakakagulat talaga dahil hindi niya ini-snob si Art. Whatta lucky guy!

At tinanggap nga ni Beth ang regalo ni Art kahit hindi niya pa alam kung ano'ng nasa loob ng box na binalot ng reused gift wrapper. Ang nakalantad lamang ay ang freshly-picked roses.

Tamang-tama lang talaga ang dating ni Art, 1 kilometer lang kasi ang SNC mula sa bahay nila.

Hindi malirip na tuwa't saya ang nadama niya dahil sa nangyaring tagpo.

4 p.m. Hindi mapakali, sinabayan ang binibini hanggang sa gate ng school kung saan nakaparada ang kotse ng mommy nito.

Puro ngitian, sulyapan ang natamo ng bawat isa. Parang napipi ang dalawa. Walang tinig, walang salita, walang marinig. Pag-ibig na ba ito?

Bago sumakay sa kotse, may iniabot si Beth, sulat yata ito sa wari ni Art. Pintig ng puso'y animo'y kulog mula sa hilaga. Kuryente sa puson na para bagang kidlat na gumuhit sa mababang langit.

Kumpas ng mga kumikislot na kamay ang huling nasilayan ng bawat isa, tanda ng panandaliang paghihiwalay ng dalawang estudyante.

Sa oras namang yaon ay kumaripas na ng takbo si Art pauwi sa kanilang tirahan. Walang sinayang na sandali. Wala ng "mano po" ni bati man lang sa kaniyang uugod-ugod na itay, deretso na sa kwarto upang mabasa kaagad ang liham mula sa pinakamagandang dilag na kinagiliwan.

Dear Arturo,

Thanks for the teddy and for those lovely flowers.

I really like Panpan but hoping that you could give me a larger one.

It's a challenge for you if you want me to be your girlfriend.

Bethany

Mukhang nadali na ni utoy ngunit kulang, tsk... tsk... tsk... Pero isa itong pagsubok kaya't sasabak agad si Art. Hahamakin ang lahat dahil sa pag-ibig na pumasok! 15,500 pesos ang pinakamalaking *Panpan* doon sa mall.

Martes, February 18, 4 a.m. ng madaling araw, isang pagsabog ang narinig mula sa dumpsite kung saan nangangalakal ang mga kapos-palad. Isa na dito si Art at hindi na matagpuan ang kaniyang katawan, malamang nagkandadurog ito, gutay-gutay...

1 hour earlier...

Tuwang-tuwa si Art sa nahukay na bakal, malaki ito, mga 30,000 pesos kapag naibenta. Tiba-tiba!

"Ang swerte ko talaga!"

"Beth, bibilhin ko ang pinakamalaking *Panpan* para sa'yo!"

"I'll be your boyfriend soon, magiging akin ka na!"

Walang kaalam-alam ang binata na isa pala itong vintage bomb.

Pangatlong Bahagi

Isipang Malawak

*S*a walang hanggang katapusang dulo ng kailaliman ng pusod ng kaibuturan, ang kalawakan ay naghihintay. Nag-aabang sa bawat pagbulwak ng mala-gatas na himpapawid. Pantawid-uhay ng mga nilalang na nilalaman ng bawat bituin.*

May puti ng uwak, may itim na rin na tagak. Na ang ibig lamang sabihin ay mas higit na malawak ang ibig sabihin nito kaysa sa inaakala ng iyong kakilala.

Mas maraming namatay sa maling kasama kaysa sa maling akala. Pakatandaan, ang wakas ay palaging nasa huli. Ang pagsisisi ay maaaring gawin sa simula. Balikan ang mga pahina. Mahina man, kung mahihahon naman sa pag-ahon, hindi ka matatangay ng alon. Paganahin ang utak.

Kalibugan

Ako ay hindi naman kagandahang humanoid, pero ma-appeal ako sa mga taga-Gemini Constellation. Balingkinitan ang katawan ko, matangkad at maalindog, at nag-eenjoy ako sa buhay-alien ko. Enila ang tawag nila sa akin. Enilang Marikit!

Hindi ko na naisip o hinangad na gumala sa kalawakan at makipag-eyeball simula nang tumira ako dito sa isang Neongreen star. Masarap ang pamumuhay dito at maganda ang paligid. Sagana sa floras at faunas na makikita rin sa iba pang mga bahagi ng Omniverse.

Isang gabi, habang nakamasid ako sa malabong himpapawid. Nakikipaglampungan ang aking stegosaurus brain sa isang nilalang na mula sa nasirang planetang Earth. Nakahiga kaming dalawa sa malambot na Cuckooknot leaves na nagpainit pa lalo sa aming mga katawan. Tinanong ko siya kung ano ba ang nagpapalibog sa mga taga-planetang Earth. "Nakakalibog kapag may napapanood kang nagkakakantutan," sabi niya sa akin. "Talaga?" Nagulat ako. "Gusto ko ring makipagtalik sa ibat-ibang humanoids," dagdag ko. "Wow, gusto kitang makitang makipag-iyutan sa mga alien na may mahahaba at maraming tarugo!" may hamon niyang bulong sa taingang nasa aking batok.

Dahil sa narinig ko ay nilaru-laro ko ang mala-lata ng sardinas niyang pagkalalaki. Bumuga siya sa gitna ng apat kong suso. Lalong tumirik ang nipples ko na kanina pa excited na masipsip at makain.

Masayang-masaya ako sa ini-imagine ko habang bumubulusok naman ang electric vibrating phallus sa aking pussy na nasa aking leeg. Kanina pa ito naglalawa at halos matunaw ang nasabing pekeng burat habang ginagalugad nito ang kiliti sa loob ng aking pagkababae. I love masturbating with my special tool, araw-araw, gabi-gabi! Favorite ko ring lamasin ang apat kong naghuhumindig na suso. Mas mabilis akong makaraos kapag pinipindut-pindot ko ang aking mga utong.

***

Kaarawan ko ngayon, nag-cecelebrate kami ng birthday sa bawat 5 taon ng buhay-alien namin. Desi-otso na ako sa araw na ito. Tuwang-tuwa ako dahil malaya na akong gumawa ng anumang naisin ko.

Nag-order ako ng Intergalactic Macho Stripper para makatikim ng tunay na hotdog. Yung mainit, yung matamis. Handa na rin ang pempem ko sa leeg na tumanggap ng totoong iyot!

At dumating nga ang IMS ko, matigas na agad ang armas niya nang bumungad siya sa pintuan ng aking extraterrestrial hub. Malawak ang lugar ko kaya pwede kaming magpagulong-gulong magdamag.

Gorgeous siya at talagang jumbo, de dose ang haba at makinis ang balls niyang sampung piraso. Siya si Burlot mula sa silangang bahagi ng Moon Ai, ang kakagawang satellite ng nasirang Earth. Nakakalaglag-panty itong si Burlot (kahit wala naman na talaga akong panty dahil gusto ko talagang maiyot sa araw na ito).

Pinatugtog ko ang pinaka-latest na MP69 music at sinaksak ang cord from the music lavator patungo sa aming batok (parehong nasa batok ang aming tainga). Napa-OMG (Oh My Ganymede) ako dahil sa kiliting naramdaman ng aking katawan nang dumikit ang kanyang mabalahibong dibdib. Ipinulupot ko ang aking labin-isang galamay sa kanyang maskuladong katawan. Batu-bato siya at pawisan. Matamis ang amoy ng kanyang kabuuan at tirik na tirik ang kanyang tarugo na sumasagi-sagi sa tiyan ko. Pinaga-piga niya ang aking apat na suso at hinigup-higop naman ng eleventacles ko ang matambok niyang pwet na abot sa kanyang tainga. Naglalaway na ang aking hiwa sa ilalim ng aking baba. Bumubuka na ito at handang lumulon ng dambuhalang basilisk. Kahit wala ng pampadulas ay tiyak na swasok na swasok ang anumang maligaw na sandata.

At nagkiskisan kami ng katawan. Kusang hinanap ng kanyang alagang mala-basilisk ang aking lungga. Ramdam ko ang pagsagi nito sa aking mani. Ang mga bayag niya naman ay nanginginig-nginig sa ibabaw ng aking mga utong na ikinatirik ng aking anim na mata.

Kinantot niya ako ng kinantot. Halos mapunit ang aking lalamunan at halos mapisa ang apat kong suso sa lakas ng kanyang pagtaas-baba. Walang sawa sa pagsuka ng malapot na likido ang aking pussy. Naulol talaga ako. Ngayon ko lang naranasan to! Jinakol ko sa aking dibdib ang kanyang basilisk at bumulwak mula sa tatlong butas nito ang tila tubig ng imburnal na sabaw! Malapot, umuusok, manamis-namis, nakakabaliw, nakakalunod!

Satisfied ako kay Burlot. Nakatulog akong nakayakap sa kanyang puwet (likod). Pagkagising ko kinaumagahan, wala na si Burlot, ang aking Intergalactic Macho Stripper! Pero okay lang naman dahil napakasaya talaga ng kaarawan ko. Sana sa susunod, ibang humanoid naman ang matikman ko. Sana'y hindi ito ang huli.

Halika na!

***

Umuulan ng malakas sa labas. Pinatay ko ang hyper-scandal recorder na nakabukas magdamag. Tiyak na matutuwa ang sinumang makapanood nito, kagaya ng ini-imagine kong nilalang na taga-Earth na mahilig mamboso at manood ng nagbabakbakan. Pwede ko ring balik-balikan ang kantutan namin ni Burlot kapag na-miss ko siya at inaapunta ako ng kalibugan. Maibebenta ko rin ito sa mga taga-Stripes Archipelago ng humigit-kumulang 1 Million Orgas. Malaki-laki rin iyon!

Ilang araw na rin kasing mainit ang panahon. Hindi na nga ako nakapagpatuyo ng mga damit at pati na rin ng mga ulam na dapat ibilad. Marami kasi kaming nahuling Stardragons. Masarap ang laman nito kapag pinatuyo sa init ng kambal na araw. Aphrodisiac ito ng mga taga-Gemini Constellation.

Habang naiisip ko ang lasa ng Stardragon meat, kinuha ko ang aking electric vibrating phallus at pinasak ito sa pussy ko. Maibsan man lang ang libog na dulot ng pag-iisip. Ngunit hindi ako nilabasan... Iba pa rin ang hotdog ni Burlot na bumangga sa pinakamalalim kong bahagi.

Mukhang umiibig na yata ako. Ano ba itong aking nararamdaman? Hindi lang ito pagnanasa. Ito na yata ang tinatawag ng mga taga-Earth na "Love".

Nang tumila na ang nakakalasong bagsak ng tubig mula sa himpapawid, naisipan kong gumala sa labas ng aking extraterrestrial hub. Mamasa-masa pa rin ang aking pwerta. Bakas pa rin ang tamod ni Burlot sa aking dibdib, kulay bughaw kasi ang tamod niya na kumukontra sa aking balat.

Lumabas ako at tumungo sa aking hardin at bigla na lang akong natumba. Naapakan ko pala ang buntot ni Burlot. Natalisod ako sa nakahandusay niyang katawan. Dali-dali ko siyang hinawakan upang tulungan, ngunit huli na ang lahat, patay na si Burlot - ang pinakamasarap na IMS sa buong kalawakan!

"O, Burlot! O, aking Burlot! Mahal kong Burlot!"

Nakuryente pala siya dahil nakalimutan niyang hugutin ang cord ng MP69 na nakakonekta sa kanyang batok. Na siya rin ngayong ikinasawi ko...

Kaalaman

Maganda ang sikat ng kambal na araw. Pero ang buhay ni iO+ ay parang wala ng kwenta. Isa siyang robot na nilikha ng mga humanoid mula sa Gnomefairy Galaxy malapit sa planetang Uranus. Mala-halimaw sa gandang gawa sa Asteriskum. Gold-plated ang kanyang mga hita, pwet niyang pilak ay kahali-halina. Mahuhumaling ka sa diamante niyang mga utong. Kulay-rosas ang kanyang mga labi na yari naman sa ruby. Ang mapupungay niyang mga matang gawa sa cobalt mula sa Cassiopeia ay kapansin-pansin talaga.

Isang Xan ang lumipas, may nasagap siyang signal mula sa isang intergalactic radar na nagtuturo ng maraming kaalaman. Nagustuhan niya ang alok nitong matuto ng mga language ng ibang planeta. Kaso ang problema, ang mahal ng dapat bayaran. Buti nalang at meron siyang kaibigan na pwedeng takbuhan kapag nangangailangan sya. Ito ay si Uk na Oxenian, isang malibog na torong may liku-liko't sanga-sangang ivory na mga sungay. Isang send lang ni iO+ ng larawan ng diamante at pilak, matik na ang pagpapadala ni Uk ng 1 hexilliong Pesoxes - pera ng mga Oxenian na may pinakamataas na value sa kasalukuyan.

To make the story short, nakapag-aral siya ng iba't-ibang wika. At naka-graduate din.

While she is browsing internally, may nakita siyang post sa intergalactic social media platform ng isang alien na naghahanap ng kaibigan. Siya ay si Har mula sa isang settlement sa planetang Pluto. Si Har ay may kulay-puting katawan, payat na matangkad, malaki ang nag-iisang mata sa noo, nguso'y tila nakangisi, mabuhok ang dibdib, batok at puson. Higit sa lahat, tatlo ang kanyang paa na may tig-sasampung hinlalaki. Namangha si iO+ sa kanya sapagkat napakatikas ng burat nito at ugatan pa. Tiyak na ibang-iba ito sa mga natikman niya.

But there's a problem, iba ang lenggwahe ni Har. Ngunit mabuti na lang at natuto na si iO+ ng Pluti, ang planetary language ng Pluto.

Dahil sa patok ang P-pop, naging interested siya sa mga taga-Pluto. At naging dahilan upang mag-transmit siya ng mensahe para kay Poppa Har. Natuwa naman si iO+ dahil sumasagot agad ito sa mga message niya.

Simula na kaya ito ng magagandang sandali sa buhay ni iO+? Magkakakwenta na kaya ang mga araw niya?

One night, nagulat si iO+ kasi tinawagan sya ni Har. Gusto ng Poppa na makipagkita sa kanya...

Tiyak na masaya ito! Malakas talaga ang dating ng mga robot. Kaya lahat ng nakakakita kay iO+ ay nasisiyahan at baka may iba pang nararamdaman. Naulol na yata sa kanya ang Plutonian Poppa.

"Plaplipluplaplople," malambing na salita ni Har via brainphone. Gustong-gusto niya na raw na makita sa personal si iO+ because he was really amazed of her looks. The way she wears fancy dresses, the way Har sees her on the monitor. "Pluplopli," pagsang-ayon naman ng excited na robot.

Sobrang natuwa si iO+ kaya naman inalagaan nya ang kanyang sarili. Pinakinis niya ang mga diamante at pilak sa kanyang katawan. Pinakintab ang ruby at pinabango ang gold-plated na hita.

Dumating ang araw ng pagkikita nilang dalawa. Halos malowbat na si iO+ sa paghahanda ng lahat. Nagrecharge siya ng todo. Excited na siyang makasama si Har, ang Poppa na pinapangarap niya.

Tuluyan na kayang nahulog ang loob ni iO+ kay Har?

Naghintay ang robot sa labas ng kanyang hub. Tanaw na niya ang space vehicle sa di kalayuan. Pagkalapag na pagkalapag pa lamang ng SV-8210, nakaramdam siya ng panginginig pero hindi naman siya kinakabahan, si iO+ ay kinilig na ng lubusan.

Wow! Ayan na! May gwapong Plutonian na bumaba.

Oy, siya nga! Ang Poppa na si Har...

"Plopluplupla!" Nagkamustahan sila. "Pliple!"

At pumasok na silang dalawa sa hub ni iO+.

Wala ng intro-intro. Nagkantutan sila...

Tumagilid. Tumihaya. Tumuwad. Dumapa. Iba't-ibang posisyon ng pakikipagtalik ang kanilang ginawa.

Sa madaling salita, maraming nagyari sa kanila...

They build a lot of memories..

Good memories...

Punit-punit man ang Wolfram niyang puke ay sumaya naman si iO+ sa ligayang dulot ng tarugo ni Har. Lingid sa kaalaman ng robot, kinabitan pala ng toro ng platinum extension ang kanyang kargada. Hahaha...

Walang kapaguran sa pagbayo ang Plutonian na ito. Sarap na sarap silang dalawa.

Tuloy lang sa pagtotnak kay iO+ si Har. Kaya't hindi nila namalayan na hindi nila naipinid ang pinto.

At may dumating ngang panauhin... Walang iba kundi si Uk! At kitang-kita niya kung paano iyutin ng Plutonian ang dati na niya palang iniirog na kaibigan.

Impetus. Nagbaga ang sanga-sangang sungay ni Uk. Umusok ang kanyang ilong. What a jealous beast!

Natagpuan na lamang na nakahandusay si Har sa kama, walang buhay at wasak ang pwet. May nakatarak pang ivory sa pinakabutas nito.

Si iO+ naman ay hindi makapagsalita. Tulala ito at tila nawalan ng sariling bait. Nawawala rin ang memory card nito. Sayang, 69TB pa naman sana iyon.

Nasaan si Uk?

Kasalukuyang minomonitor ng mga pulis-pangkalawakan ang isang torong nagjajakol. May hawak-hawak itong device na nagpapalibog sa kanya. Ayon sa mga eksperto, nakasalpak daw sa device na ito, ang nawawalang memory card ni iO+.

Kamalasan

At ngayon nga'y lulan ako ng SV-096, kagagawa lang ng Space Vehicle na 'to. Kilala ito bilang "Tharug" at binuo ito upang gamitin sa paggalugad sa iba pang bahagi ng Omniverse.

Ako si Jenx, isang birheng alien mula sa madilim na bahagi ng singsing ng Saturn na nakaharap sa naninilaw na Uranus. Nais kong magliwaliw sa kalawakan kaya't naisipan kong sumakay ng palihim sa Tharug.

Hanggang Cassiopeia lang ang kinaya ng SV-096 kaya't minadali ng crew ang pagbalik nito sa base habang may fuel pang nalalabi. Kakalampas lang namin sa maligamgam na parte ng Pluto at isang darkyear na lang bago makarating sa singsing.

Habang nasa loob ako ng bodega ay may pumasok na isang nilalang. Mahaba ang kanyang mga galamay, may tatlong mata sa bandang noo, at kulay-ube ang kanyang balat. Maaaninag mula sa pinagkukublihan ko ang matipuno niyang katawan, malalaking bayag, at namumulang burat. Bigla akong kinabahan nang bigla siyang napasulyap sa aking kinaroroonan. "Nakita niya kaya ako?" Napaisip ako. "Ano'ng aking gagawin?" May takot sa aking isip.

"Kung sino man ang nandiyan, lumabas ka na bago ka pa mapahamak!" Panawagan ng nilalang na may tatlong mata, na akin namang ikinagulantang. Alam niyang nandito ako. Wala na akong magagawa kundi magpakita.

Dahan-dahan akong lumabas mula sa madilim na sulok at lumapit sa kanya. Takot man ngunit pinilit kong hindi magpahalata. Delikado man pero sa pagkakataong ito kailangan kung harapin ang katotohanan - na isa akong unregistered passenger ng Tharug.

"Sino ka? Paano ka nakasakay dito? Saan ka galing?" Mga katanungan ng kulay-ubeng nilalang sa akin. "Ako si Jenx at inaamin ko na mali ang aking ginawa. Sana'y pagpasensiyahan ninyo ako," paliwanag kong may pagpapakumbaba.

"Delikado ang kalagayan mo, Jenx! Alam mo ba na maaari ka naming ipatapon sa kawalan, ngayon mismo?" May pagbabanta mula sa kanyang matulis na tuka. "Huwag po sir, huwag po!" Pagmamakaawa ko. "Sana po'y maawa kayo sa akin, ulila na po ako, at walang kamag-anak. Nalipol po silang lahat noong nakaraang digmaan sa Saturn. Ako na lang po ang natitira." Dagdag ko pa.

"Kawawa ka naman pala, Jenx..." Sabi niya. "Ako pala si Juwo at ako'y mula sa singsing ng Saturn. Ikinagagalak kong nakakita ng kauri ko." May ngiti sa mukha niyang saad. "Talaga po? Sa singsing din po ako nakatira! Doon sa ika-anim!" Sagot ko naman. "Tara sa kwarto ko, baka may makakita pa sa'yong iba, tiyak paparusahan ka nila," Paanyaya ni Juwo na hindi ko tinanggihan.

Malapit lang pala ang kwarto niya sa pinagtataguan ko. Isa siyang doktor-pangkalawakan at bodega ng mga gamot ang aking napasukan kanina. Mabuti na lang at siya ang nakatagpo sa akin.

Maganda ang kwarto ni Doc Juwo. Kumpleto sa kagamitan at may malaking bintanang yari sa Asteriskum. Malinaw na malinaw ang tanawin sa labas ng SV-096.

Kung sa pagkain ay walang problema, busog na busog ako sa inihain niya. Bigla akong inantok at nakatulog sa malambot na upuan.

Ilang minuto pa lang ang lumipas, may naramdaman akong kung anong mainit na bagay na gumagapang sa aking leeg. Dahan-dahan kong iminulat ang aking mga mata at natunghayan ko ang isang galamay ni Doc Juwo na dumadampi-dampi sa aking lalamunan. Pababa ito sa bubot kong dibdib. Biglang umapoy ang aking pagkatao, nagkunwari akong hindi pa gising.

Ngunit ako'y napabahing. May naamoy kasi akong kakaibang aroma, pabango yata ng doktor. May panghihinayang ako sa yugtong iyon...

Dagliang umalis ang nanggigigil na galamay sa pagkakasiksik nito malapit sa limang pares kong suso. Marahil ay nagulat si Doc Juwo.

"Nilalagnat ka yata, Jenx..." May panginginig sa kanyang boses. "Pasensya ka na kung kinuhanan kita ng temperatura," dagdag niyang paliwanag.

"Opo, Doc..." Marahan kong sagot. "Ilang araw na rin po kasi akong sinisipon," dugtong ko.

"Halika dito at ako'ng bahala sa'yo. Baka sa alikabok lang 'yan," Sabi ng mabangong doktor. "Tago ka kasi ng tago kung saan-saang sulok!" Sermon niya sa akin.

Lumapit ako sa kanya. Naaninag ko ang kislap ng tatlo niyang mata. Pumasok kaming muli sa bodegang pang-medikal.

Nang nasa loob na kami, dahan-dahan niyang ipinulupot ang matitikas niyang galamay sa akin. May nakahawak sa mga braso ko. May nakayapos sa aking baywang. May nakadikit sa aking mga paa. May tila sumasakal sa aking leeg, para bagang sinisipsip nito ang aking batok. Kontrolado ni Doc Juwo ang aking katawan.

Akmang ilalapit niya ang kanyang tuka sa aking mukha, pasimple naman akong umiwas.

Pumintig ang buo kong dibdib. Kumakalabog. Yumayanig ang buong pagkatao. May kaba ngunit medyo excited.

Habang nakatitig siya sa aking mga mata, lumipat ang dalawang galamay na nakahawak sa braso ko. Pinuntirya nila ang aking matambok na puwet. Marahan nilang sinagi-sagi ang masikip kong pempem. May kuryenteng dumaloy. Bumasa at nanlagkit ang aking pagkababae...

May isang pasaway na galamay na gumapang patungo sa aking dibdib. Pilit nitong ginalugad ang 10 kong pasibol na pasas. Bigla na lamang nanigas ang mga ito. Kaya't nagpaubaya na ako kay Doc Juwo. Sinimulan niya silang himasin at lamutakin. Dahan-dahan ngunit bahagyang mariin. Siya ring pagliyad-liyad ko habang tinutulak ako ng doctor papunta sa kabinet ng mga gamot.

Biglang umagos ang aking maselang nektar mula sa makipot kong bulaklak habang nilalaru-laro ito ng isa pang galamay ni Doc.

Nagpatuka (nagpahalik) ako sa kaniya. Walang humpay na tukaan, madidiin at maiinit, kakaibang halik ang inabot ko. Gigil na gigil si Doc Juwo sa akin. Kitang-kita ang pamumuti ng kanyang buong katawan, tanda ng libog at pagkauhaw sa laman.

Dahil sa mahilig akong manood ng porn lalo na kapag mga bata pa ang bida sa palabas, lalo na iyong tipong virgin pa ang mga bidang babaeng taga-Earth, kung kaya't naulol na rin ako. Napapaungol na ako sa pinaggagawa sa akin ng doktor-pangkalawakang ito. Hindi na ako nakatanggi sa dulot niyang ligaya. "I LIKE YOU, DOC! AHHH... OHHH..." Mga katagang kusang lumalabas sa aking bibig.

Kapwa kaming nalunod sa sarap. Hindi pa nakontento ang doctor, dapat din niyang makamtan ang ligayang nararamdaman ko. Hindi nagtagal, ipinasubo niya sa akin ang pulang-pula niyang burat!

Halos mabilaukan ako sa haba at taba nito. Pero itinuloy-tuloy ko pa rin ang pagtsupa sa burat ni Doc dahil nasasarapan ako sa lasa nito at natuwa ako sa kanyang reaksiyon. Napapaangat kasi ang kanyang mga paa sa bawat sipsip ko!

Kinantot niya ako sa araw na iyon. Punit ang aking puday. Duguan, naglalaway, nangangamoy... Ngunit may kasiyahan sa aking mukha... Napakasarap!

Ikalawang araw ko na ngayong nagtatago sa silid ni Doc Juwo. Tinatamad akong tumayo, hinang-hina ako. Habang nakahiga, sinariwa ko ang kakaibang damdamin na nararamdaman ko ng mga panahong nasa bodega kaming dalawa. Iniisip ko ang pinagsaluhan naming ligaya. Namalayan ko na lang na finifinger ko na pala ang lawang-lawa kong puke. Nagpatuloy ako, sinarapan ang paglaro sa pinaka-mani hanggang sa marating ko ang rurok. Nakaraos sa unang pagkakataon gamit ang aking kamay. Nilabasan ako!

"Wala pa si Doc ah!?" Tanong ko sa aking isipan nang nagising ako sa pagkakaidlip. "Nakapagtataka..."

"Ang sarap ng ginawa niya sa akin, ngayon ko lang naramdaman ang ganoong damdamin... Ang sarap pala kapag nilalamas ang mga dibdib habang tinutuka (hinahalikan)... Ang yakapin ka hanggang sa maramdaman mo ang tibok ng puso ng isang nilalang. Ang sarap pala..." Nakangiti ako habang kinakausap ang aking sarili. "Sana, maulit muli!"

Later that day, dumating si Doc Juwo. Pagod na pagod. "Andaming nagpaturok..." Sabi niya. "Andami kasing sugatan dahil sa pagsalpok ng isang kometa sa bandang kusina ng Tharug." Dagdag pa ni Doc. Galing siya sa kanyang klinika sa gitna ng Space Vehicle. Ginamot niya ang mga biktima.

"Kumain na tayo!" Sabi kong may konting kalungkutan. "Iba sana ang gusto kong kainin ngayon, eh..." Pabiro niyang sabi.

Pagkatapos naming kumain, dire-diretso siyang nahiga at ako naman ay naligo at nag-ayos ng sarili.

Bakas sa mukha ni Doc Juwo ang antok at stress ngunit bigla itong nawala dahil sa aking alindog. Napatitig siya sa akin at biglang napangiti.

"Hinintay mo pala ako..." Ngisi niya. "Opo Doc, sarap kasi eh..." Sagot ko naman. Titig na titig sa akin ang doctor dahil sa hubo't hubad kong katawan. Napangiti na rin ako habang dinadama ang pagbasa ng aking hiyas na medyo namamaga pa. "Upuan kita, Doc!" Kusang lumabas sa bibig ko na ikinagulantang niya. Naalala ko na naman ang nangyari sa amin last time...

Hinaltak ako ng mga galamay niya at napaupo sa kanyang dibdib. Inusog ko ang aking katawan pababa upang sumentro ang aking puday sa tayung-tayo niyang titi. Ngunit pinipigil niya ako.

Umalis siya sa pagkakadagan ko at tumayo. At biglang itinutok sa bunganga ko ang matigas niyang sandata. "Ito, Jenx... Tikman mo," aniya.

Gulat na gulat ako. Agad na isinubsob ng doctor sa mukha ko ang hotdog niya. Hindi na ako umangal. Isinubo ko ito ng marahan...

Ito ang pangalawa kong tikim ng matigas at mahaba na sandata. Mga 5 minutes ko rin itong pinaglaruan sa bibig ko. Napaungol na lang si Doc sa sobrang init at sarap.

Tinanggal ng doctor ang ari niya mula sa aking pagkakasubo at pinatuwad niya ako. Agad na tumambad sa doctor ang mataba kong tahong, nakanganga ng bahagya ang hiwa at basang-basa na ito. Nalibugan ako ng sobra sa ginawa niya sa akin...

Kitang-kita ni Doc Juwo ang kabasaan ko. Lagkit na lagkit ang monay ko, lawang-lawa, at sabik na sabik sa burat... LIBOG NA LIBOG NA AKO!

Nagulat ako ng biglang hawakan ng doctor ang aking pagkababae. "Dahan-dahanin lang natin ito, Jenx..." Pabulong niyang sabi. Panay "Opo" lang ang naisagot ko.

At naramdaman ko na lang ang kanyang tuka na bumabaon-baon sa pepe ko. KINAKAIN AKO NG DOCTOR... Hindi ako umangal sa ginagawa niya sa akin... NABALIW AKO SA SARAP!

At pinatihaya na nga ako ni Doc at muling pinagsawaan ang aking pussy... Tinuka-tuka niya itong muli! Dahan-dahan niyang tinusok at dinilaan ang hiwa ko. Pataas, pababa, at paikut-ikot pa... Nagpasasa si Doc Juwo sa aking puri, pati ang limang pares kong dibdib ay hinalikan (tinuka) niya ng madiin, kinagat-kagat, pinanggigilan... Nilamas-lamas at piniga-piga niya ang mga ito habang tinututok ang kanyang sandata sa gutom kong hiyas... Nagawa niya akong angkining muli, buong-buo, said na said!

Solve na solve si Doc Juwo sa akin! Gustong-gusto ko ring maranasang muli ang ganitong pakiramdam. "GUSTO KITA, DOC!"

At nilabasan nga kaming dalawa. Pumulandit ang umuusok-usok na katas ni Doc sa kaloob-looban ng aking pagkababae. Nakatulog kaming magkayakap, binalot ako ng mala-titi niyang mga galamay...

The next day, 3rd day of my stay sa room ng doktor, nagising akong wala na naman siya. At yun na nga, may napansin ako sa labas ng bintana, umaapoy ang bahaging pinanggalingan ng SV-096. Tiyak na may masamang nangyari. Kinakabahan ako at nag-aalala. Naisip ko si Doc.

Namalayan ko na lang na wala ako sa kwarto ng doktor. Iba ang aking paligid, wala ako sa Tharug.

Makalipas ang anim na oras, napag-alaman kong sumabog pala ang SV-096 a.k.a. Tharug. Ngunit iniligtas ako ni Doc Juwo. Pinasakay niya ako sa natitirang escape pod. At nandito ako ngayon sa loob, HUMAHAGULGOL!

Namamalas n'yo na ba kung gaano ako kamalas?

About the Author

W. J. Manares

Si W. J. Manares a.k.a Willer Jun Araneta Manares ay lumabas mula sa sinapupunan ng kanyang ina noong ika-1 ng Hunyo, taong 1985. Isang hindi-gaanong-kilalang Manunula't Manunulat. Siya ay lehitimong miyembro ng ika-7 na henerasyon ng Familia Araneta sa Pilipinas. Masaya siya sa kanyang bukod-tanging pamumuhay sa probinsiya ng Aklan - ang pinakamatandang lalawigan sa bansa.

Siya ang may-akda ng mga aklat-Ukiyoto na, "Betlog: Titiliang Tala, Tatalaang Tula", "Tanaga, Diyona... Dalit? Mga Tulang May Pusong Pinoy (with English translation)", "Flashbacks of Flashforwards : Speculative Stories", "OTNEWUK: Mga Saliwang Salaysay", "Owa't Tawo: Mga Akeanong' Binaeaybay" at "Pusikit".

www.ingramcontent.com/pod-product-compliance
Lightning Source LLC
Chambersburg PA
CBHW021351160726
47994CB00007B/2910